ரவிக்கைச் சுகந்தம்

ரவிக்கைச் சுகந்தம்
ஜான் சுந்தர் (பி. 1973)

இசைக் கலைஞர், கவிஞர். கோவையில் 'இளையநிலா' என்னும் மெல்லிசைக் குழுவையும் 'பாட்டுப் பட்டறை' என்னும் இசைப் பள்ளியையும் நடத்தி வருகிறார். தனியார், அரசுப் பள்ளிக் குழந்தைகளுக்கான இசைப் பயிற்சிப் பட்டறைகளை ஒழுங்கு செய்கிறார். 'சொந்த ரயில்காரி' (கவிதைகள்), 'பிஸ்கட் நிலாக்கள்' (கவிதைகள்), 'நகலிசைக் கலைஞன்' (அனுபவக் கட்டுரைகள்) ஆகியவை இவருடைய நூல்கள். இந்நூல் இவரது மூன்றாவது கவிதைத் தொகுப்பு.

தொடர்புக்கு: ilayanilajohnsundar@gmail.com

ஜான் சுந்தர்

ரவிக்கைச் சுகந்தம்

காலச்சுவடு பதிப்பகம்

அன்பார்ந்த வாசகருக்கு,

வணக்கம்.

காலச்சுவடு நூலை வாங்கியமைக்கு நன்றி.

நூலின் உள்ளடக்கம், உருவாக்கம், அட்டைப்படம் இன்ன பிற அம்சங்கள் பற்றிய உங்கள் கருத்துகளையும் ஆலோசனைகளையும் காலச்சுவடு வரவேற்கிறது. தகவல், எழுத்து, வாக்கியப் பிழைகள் தென்பட்டால் கட்டாயம் தெரிவித்து உதவுங்கள். நூல் தயாரிப்பில் கடும் குறைபாடு இருப்பின் மாற்றுப் பிரதி உங்களுக்குக் கிடைக்கக் காலச்சுவடு ஏற்பாடு செய்யும்.

மின்னஞ்சல்: publisher@kalachuvadu.com

காலச்சுவடு நாகர்கோவில் தலைமையகத்துக்கும் கடிதம் அனுப்பலாம்.

தங்கள்
எஸ்.ஆர். சுந்தரம் (கண்ணன்)
பதிப்பாளர் – நிர்வாக இயக்குநர்

ரவிக்கைச் சுகந்தம் • கவிதைகள் • ஆசிரியர்: ஜான் சுந்தர் • © வே. ஜான் டிக்ரூஸ் • முதல் பதிப்பு: ஜூலை 2019 • வெளியீடு: காலச்சுவடு பப்ளிகேஷன்ஸ் (பி) லிட்., 669, கே.பி. சாலை, நாகர்கோவில் 629001

காலச்சுவடு பதிப்பக வெளியீடு: 905

ravikkai sugantham • poems • Author: John Sundar • © V. John Dicruce • Language: Tamil • First Edition: July 2019 • Size: Demy 1 x 8 • Paper: 18.6 kg maplitho • Pages: 72

Published by Kalachuvadu Publications Pvt. Ltd., 669, K.P. Road, Nagercoil 629001, India • Phone: 91-4652-278525 • e-mail: publications @kalachuvadu.com • Wrapper printed at Print Specialities, Chennai 600014 • Printed at Mani Offset, Chennai 600077

ISBN: 978-93-88631-57-0

07/2019/S.No. 905, kcp 2374, 18.6 (1) ASS

இருந்த ஒரு விடுதியையும் இழந்துவிட்ட எங்களிடம்
கண்நிறைய நீரோடும்
கடல் கடக்கும் காரோடும்
வந்துசேர்ந்த சாம்சனுக்கு...

நன்றி

கல்யாண்ஜி
கலாப்பிரியா
க. மோகனரங்கன்
இசை
இளங்கோ கிருஷ்ணன்
கே.என். செந்தில்
குணா கந்தசாமி
வெய்யில்
சாம்ராஜ்
கவின்மலர்
சுகா
பிரசாத் முருகேசன்
சிவராஜ்
ஆர். ரவீந்திரன்

○

காலச்சுவடு
கபாடபுரம்
மலைகள்
விகடன் தடம்
கணையாழி
ஆனந்த விகடன்
குங்குமம்
மணல்வீடு
கொம்பு

பொருளடக்கம்

எழுமின்	11
இசைஞனின் கவி அல்லது கவிஞனின் இசை	12
அப்பாடா	14
அருளே திருவே	15
நான்கு அங்குலத் தூரிகை	16
ஆர்மோனிய பூதம்	18
ஹமாரா பஜாஜ்	20
அவள் என்றாலென்ன அவளுடையது என்றாலென்ன	22
அற்புதம்	23
பதின்பருவத் திரையிலோடும் காட்சியின் நறுமணம்	24
இங்கிதம் கெட்டது	26
இந்தக் கடலில் ஒரு சிட்டிகை உப்பில்லை	27
ஏ டி எம் பூதகணங்கள்	28
இழவு வீட்டுக் குழந்தை	30
ஏதிலிகளின் ஆண்டவரே	31
கடுங்காப்பி	32
வரைபடக்கலைஞர் வயது 36	33
கறுத்தகானா	34
கண்ணீர் தெறிக்கச் சிரிக்கும் ஸ்மைலிகள்.	35
சாதாபாரதியின் சகி	36

சாஸ்திரக்காரி	38
சிகரெட் என்பது...	39
சிறகுகளைக் கத்தரித்தல்	40
செல்லப் பூனைக்குட்டி	41
செபியா	42
செவ்வகம்	44
தூத்தல்	47
சேலம் சிவா லாட்ஜ் போதையில் உளறுகிறது.	48
திக்கிப் பேசுகிறவன்	50
திறந்தே கிடக்கிற வீடு	52
நீலம்பூர் புறவழிச்சாலையின் வினா	54
நோஞ்சான்களைக் காணச்சகிப்பதில்லை	55
பட்டினத்தார் காலத்தில் லெகின்ஸ் பயன்பாட்டில் இல்லை	56
சைக்கிள் காணாமல் போன பின்	57
இன்னொரு துளியைப் பார்த்து	58
பொன்னிறத்தில் வறுபடும் கிழமை	59
கவிராயர்	60
அவளும் நானும் அலைபேசியும்	62
ராமவாணம் ஒளிருங்கணம்	63
வஞ்சிரத்துண்டு	64
அந்த மரம் பஸ்ஸுக்கு காத்திருக்கிறது	65
தைரியத் திருவாளன்	66
திருவருணைக் காப்பு	68
ஸ்விகிப் பையன்	69
ஆய்வாளர். அம்மா	70
நூற்றியெட்டை மறித்தல்	71

எழுமின்

தாழத் தரை வீழ்ந்த
நிழல் மெதுவாய்
மெதுமெதுவாய்
நிலமூர்ந்து
ஊர்ந்தூர்ந்து
மரம்பற்றி
கிளையேறி
வனமேறி
மலையேறி
வானேகி
இருளாகி
இரவாகி
கனிநிலவை
கவ்விற்றே
காண்.

●

இசைஞனின் கவி
அல்லது
கவிஞனின் இசை

இதுகாறும்
மதுப்புட்டியை
ஸோகரஸந்ததும்பும்
வயலினென்றே
நினைத்திருக்க
வாய் பொருத்தி
நீ சரித்த
க்ஷணத்திலந்த
பியர் போத்தல்
எக்காளத்தை
ஊதும்
கொம்பானதைப்
பார்த்தேன்.

❍

அடியில்
கால் நுழைத்து
பாதமழுத்தும்
மோகத்திற்கெதிராய்
ரகசியங்களை
திறந்து காட்டி
அத்தனைப் பற்களிலும்
சிரிக்கும் அவளொரு
வெட்கமில்லாப்
பியானோதான்.

❍

தம்புராவின்
உறுமலுக்கு
வாலைச் சுருட்டிக்
கொள்கிறது
ஆன்மா.

○

கிதாரென்று
நீ நம்பிக் கொண்டிருப்பது
ஓர் அம்மணத்தை

○

உன் கையிலிருக்கும்
இந்த ஒலிவாங்கி
அரங்கம் ருசிக்கும்
ஐஸ்க்ரீமாகிவிட்டது பார்.

●

அப்பாடா

அம்மாவின்
பழைய காதல்
பந்தல் வரை
வந்து நிற்க
வாசலில்
இருந்த மகள்
தயங்கித்தயங்கி
'நல்வரவு'
என்றாள்.

படியேறி அது
இவளைக் கடந்தபோது
ஆசுவாசத்திலொரு
வார்த்தை சொன்னாள்.

போன உயிர்
திரும்பி வந்தது.
உயிரின் முகத்தில்
தளும்புமிரு
குளங்களிருந்தன.

குட்டிப்பையன்
பன்னீர் செம்பால்
மழை செய்தான்.

●

அருளே திருவே

தன்னோடு தான்
புலம்பிக்கொண்டே
தைப்பவனின்
வயிற்றெரிச்சலுக்கு
காதுமலர்த்திக்
கிடக்கிறது
உதிரிச் செவ்வரளி

பலகையிடுக்கில்
கிளைத்துப் பூத்து
சாம்பலுதிர்க்கும்
ஊதுவத்தி
நதிக்கரை மரத்தடி
என்றொரு பொய்யை
சாக்கடை மேல்
விரிக்கப் பார்க்கிறது

கழற்றிக் கொடுத்துவிட்டு
கடித்தடத்தை
சுகமாய்
வருடியபடி
அட்டணங்கால்
இட்டமர்ந்திருக்கிறார்
பாபா

'சொல்லுங்கள்
சாயிநாதா
அவன்
காதோர பீடித்துணுக்கு
நிம்மதிப் பெருமூச்சாக
சுமாராக
எவ்வளவு நேரமாகும்?'

●

நான்கு அங்குலத் தூரிகை

தினமொரு
நிறக்குழம்பில்
முங்கித் திளைக்கும்
பெயிண்ட் பிரஷ்
பிரபஞ்சத்தின்
திக்கெட்டுக்கும்
வண்ணம் பூசிவிட
முடிவெடுத்து
விடியற்காலை
ஐந்துமணிக்கெல்லாம்
பொள்ளாச்சியிலிருந்து
பஸ்ஸைப் பிடித்துவிடுகிறது.

எப்பேர்பட்ட
அவமானத்தையும்
துடைத்தெடுத்துவிடும்
டர்பைன்டாயில்
தன்வசம் இருப்பதாக
பீற்றிக்கொள்ளும்
அந்த நாலு இன்ச் பிரஷ்
நாள்பட்ட காயங்களை
சுரண்டியெறியும்
பட்டித்தகடு ஒன்றையும்
உள்ளாடைக்குள்
ஒளித்துவைத்திருக்கிறது.

பிரஷுக்கொரு
கைப்பேசியும்
கைப்பேசிக்குள்ளொரு
வரவேற்பறையும்
வரவேற்பறைக்குள்ளொரு
சிப்பந்தியுமுண்டு.
சிப்பந்தி இளையராஜாவுக்கு
மாதம் பதினைந்து ரூபாய் சம்பளம்.
வாடிக்கையாளர்களுக்கு
இடைவிடாது
பொன்னோவியத்தை
வரைந்துகாட்டும்படி
பணிக்கப்பட்டிருக்குமந்த
அடிமைக்கு
ஆண்டையும் அடிமை.

நெகிழியுறைக்குள்
பத்திரப்படுத்தியிருக்கும்
குட்டி பிரஷ் வரைந்த
சிறுவர்மலர் பக்கத்தை
காட்டும்போது
துளித்தண்ணீர்
சொட்டுகிறது பிரஷிலிருந்து.

சிற்றுளியும்
பொடித்தூரிகையும்
மயிற்பீலியும்
உண்டுறையுமிப் பேருலகில்
ஒரு நான்கு அங்குலம்
காலியில்லையா
நீலவண்ணா

●

ஆர்மோனிய பூதம்

எனக்கோர் ஆர்மோனியக்காரியைத் தெரியும்
அடுத்த தெருவின்
அகாதெமிக்காரியையும் தெரியும்
ஆர்மோனியத்திடம்
பாடுகிற குழந்தைகள் பத்துப் பதினைந்தும்
அகாதெமியிடம்
ஆர்மோனியங்கள் மட்டுமே பத்துப் பதினைந்தும் இருந்தன

எப்போதாவது மாடிக்கு வந்து
வானம் பார்ப்பாள் அகாதெமிக்காரி
மூன்று மாடி ஏறி வருவது
எவ்வளவு சிரமம்

'கானாம்ருதம் பட்டால்
வானம் கரைந்தொழுகும்'
பழம்பாட்டின் சுரங்களால்
கூரையோட்டுப் பொத்தலை
அடைப்பாள் ஆர்மோனியக்காரி

எனக்கு
ஆர்மோனியக்காரியின்
அம்மாக்காரியையும் தெரியும்
இருள் கவியும் அந்தியினந்தியில்
அகாதெமிக்காரியின்
வீட்டிலிருந்து வெளியேறி
என்னிடம் மாட்டிக் கொண்டாள்

ஒளிந்திருக்கிற பூதத்தை
அகாதெமிக்காரியின் பாத்திரங்களில்
தேடிக்கொண்டிருப்பதைச் சொன்னாள்
தேய்த்துத்தேய்த்து
ஒரு நாள் அதைப் பிடித்தும் விடுவாள்

ஆர்மோனியக்காரி
இனி எழுப்பப்போகிற மாடிகளை
துளைத்துக்கொண்டு இறங்குவது
வானுக்கும்
கான்கிரீட்டைத் தாண்டி வான் தொடுவது
கானாம்ருதத்திற்கும்
எவ்வளவு சிரமம்

●

ஹமாரா பஜாஜ்

லேடி பேர்ட்–ஐ
பார்க்கும்போதெல்லாம்
பெட்டியை பக்கவாட்டில்
மாட்டிக்கொண்டு திரியும்
பஜாஜ் CD 100க்கு
நரம்பு முறுக்கிக் கொள்ளவும்
அதை வழிமறித்து
ஆக்டிவா மாதிரி
வைத்துக்கொள்வதாகச் சொன்னபோது
பச்சைக்கிளிகள் ஆலோலமிட்டன.

ஆலஞ்சடை திருகி
வெட்கிய சைக்கிளை
ஆரத்தழுவிய பொழுதுகளில்
அது றெக்கையுதறி
வானுக்குத் தாவும்.

பெட்டிக்குள்
காமசூத்ராவை
பத்திரப்படுத்தும்போது
பார்பிபொம்மையும்
தண்ணீர் துப்பாக்கியும்
இருப்பது கண்டு
நாக்கைக் கடித்துக்கொள்ளும்
நமது பஜாஜ்
அப்புறமாய்
விசிலடிக்கவும் செய்தது.

விதி வலுத்த
நாளொன்றில்
ஆக்டிவா
கறுத்த பல்ஸரின்
தோள்சேர்ந்த
கோலங்கண்டு
உடலையுதறி
வானுக்குத்தாவ
முடிவு செய்தது

தினசரி வீட்டுக்குள்ளிருந்து
எழும்பி
குடிமேசையில் இறங்குமிந்த
துருவேறிய சைக்கிளின்
டம்ளரில்
கொஞ்சத்தை
சரித்துத் தொலையுங்களேன் ஜி.

.●

அவள் என்றாலென்ன அவளுடையது என்றாலென்ன

பருத்திப்பட்டில்
பிதுங்கும் பழம்

கழுத்து மடிப்பில்
சுருளும் மயிர்

மயிரடுக்கில்
ஒளியுங்குளிர்

சுளையரும்பும்
பனிமுத்து

கொசுவக்கோட்டுச்
சந்திப்பு

சங்குப்பூ வடிவ
நகல்

தாம்பூலக்கவிச்சி
இரவு
●

அற்புதம்

தன்போல
சிலமடங்கு
வளர்ந்த சோடி
இலை சுமந்து
தான் நடக்கும்
சிற்றெறும்பு

அற்புதம் !
அற்புதம்!

தொழுமிரண்டு
கரங்களைத்தான்
தலை சுமந்து
திரியுதந்த
சின்னவுயிர்

அற்புதம் !
அற்புதம்!

தலைபெருத்த
மூளையினை
உடல் சுமந்து
திரிவதுவும்

அற்புதம் !
அற்புதம்!

அது தெரிந்து
கூத்தாடும்
இவ்வுடலும்
இக்கணமும்

அற்புதம் !
அற்புதம்!

●

பதின்பருவத் திரையிலோடும் காட்சியின் நறுமணம்

ஆதரவற்றவர்களை
கண்டவுடன்
கசிந்துருகும்
பரோபகாரியான
உங்களைப்
புரிந்துகொள்ள முடிகிறது.

சளியொழுகும்
அந்தப் பையனின் மூக்கை
முந்தானையில்
சுத்தம் செய்துவிடும்
தயாபரி நீங்கள்.

எண்ணெய்
காணாத் தேன்நிறக் கற்றையை
கோதிவிட்டுச் சிரிப்பதாக அமைகிறது
உங்களின்
ஆகச்சிறந்த புகைப்படம்.

மடியிலமர்த்தி
பாலூறும் ரொட்டியைத் திணித்து
விழிக்கடையில்
சக்கரைத் துளியொன்றை
துளிர்க்கச் செய்துவிடுகிறீர்கள்.

அவனது
இறைவணக்கத்தில்
உங்களுக்கான வரிகளும்
தானாகச் சேர்ந்துகொள்ள
நினைவின் சட்டத்தில்
அழகாகப் பொருந்துகிறது
நீங்கள் பங்களித்த காட்சிகள்.

எத்தனை முறை
ஓட்டிப் பார்த்தாலும்
அத்தனை அழகு அவை.

எந்த ஊருக்கு
மாற்றலாகிப் போனாலும்
கருணை இல்லமொன்றைக்
கண்டுபிடித்து விடுகிறீர்கள்.

நிறம் நிறமான
துப்பட்டாக்களை
காலங்களாய்
கடக்கும் அவனுக்கு
மார்புக்கும்
கைக்குமிடையே
நனைந்திருக்கும்
உங்கள் ரவிக்கைச் சுகந்தம்
போலொன்று
கிடைக்கவேயில்லை.

•

இங்கிதம் கெட்டது

பொறுக்குவதற்கு
சிறுமிகள்
இல்லாத
வாசலில்
வளையல்களைக்
கொட்டிப் போகிறது
மழை

●

ஜான் சுந்தர்

இந்தக் கடலில்
ஒரு சிட்டிகை உப்பில்லை

கடலின் கரையில்
என்னத்தைத் தேடுகிறாய் நங்கை?
உன் மகள்
சங்குகளைச் சேகரிக்கிறாள் பார்த்தேன்.
நீயெதைத் தேடுகிறாய் நங்கை?
கொற்றவை வெறிப்பது போல்
ஏன் இப்படி கடலை வெறிக்கிறாய்.
நான் கவனித்தேன்.
ஆண்களைத் தவிர்த்து
அலைகளையே பார்க்கிறாய்.
உனது ஒரு தம்ளர் பௌர்ணமியையும்
கடல் குடித்துவிட்ட கதையை
'உம்' கொட்டிக் கேட்கிறாள் மகள்.
இந்தப் பெருங்கடலின் வசம்
நம் தாகத்துக்கொரு மிடறில்லை.
நம் வாழ்வு ருசிக்க
சிட்டிகை உப்புமில்லை மகளே.
ஆல்பத்தின் எல்லாப் புகைப்படங்களிலும்
நீயும் மகளும் கடலும் இருக்கிறீர்கள்.
யாரும் எதிலும் சிரித்துக்கொண்டில்லை.
நேற்றென் கனவில்
நானோர் காட்சியை நிறுவினேன் நங்கை.
நீயும் மகளும் நடந்து வர,
கழுவிய பாதையை விரிக்கிறது கடல்.
பழுப்பில் வெள்ளி பூத்த
சிப்பியொன்றை
மகளுக்குப் பரிசளித்து
பாதங்களை முத்திக் கொள்கிறது.

●

ஏ டி எம் பூதகணங்கள்

நமது
கற்பிதங்களின்படி இல்லை
புதையல் காக்கும்
பூதங்களின் வாழ்வு.

பொத்தல் பனியனோடு
கற்பக விருட்சத்தின்
மறைவில் நின்று
சட்டையை மடித்துக்
கொண்டிருக்கிறது
கிழட்டு வேதாளம்.

நரக்கறியை சீந்தாது
போசியும் பருக்கையுமாய்
பதுங்கிய
சைவக்காட்டேரியொன்றைப் பார்த்தேன்.

பெட்டிக்கடை
அடைக்கப்படுமுன்
நெருப்புக் குச்சிகளை
சேகரித்துக்கொள்ளும்
பிசாசுகளின் வாயினுள்
கொள்ளியில்லை.

நுரையீரல் கோத்த நீர்
நாசிக்காற்றில்
சலசலக்கும்
சிறு நதியாக

பூதங்கள் அனாதைகள் அல்ல
நிறுவனமிருக்கிறது
சீருடையிருக்கிறது
ஷூக்கள் இருக்கின்றன
விடை தர
ரப்பர் வளைக்கரங்களிருக்கின்றன.

அவைகளுக்கு
கேள்விகளும்
குழப்பங்களும் கூட இருக்கின்றன.

வருபவனெல்லாம்
ராஜனாயிருக்கிறான்
ராஜாக்கள் எல்லோருக்கும்
சங்கேதம் தெரிந்திருக்கிறது.

செய்தித்தாளை
மனனம் செய்வதற்கும்
கதவை மெதுவாகத் திறக்கும்படி
வேண்டிக் கொள்ளவுந்தான்
காவல் பூதங்கள் படைக்கப்பட்டனவா?

ராப் பகலாய்
காத்திருந்தும்
ஏறெடுத்துப்
பார்ப்பதில்லை
இந்தப் பணங்காய்ச்சி.

யாவர்க்கும் கொட்டித்தீருமதன்
சுருளாத் தளிரிலைகள்
பைகளில் நிரம்புவதைப் பார்த்து
மூச்சை நெருப்பாய் விடுவதுதான்
பூதங்களின் வேலையா?

●

இழவு வீட்டுக் குழந்தை

அழ வேண்டுமா
சிரிக்க வேண்டுமா
அந்தக் குழந்தைக்கு
ஒரு எழவுந்தெரியவில்லை
படுக்க வைத்திருந்தவனை
கொஞ்ச நேரம் வெறித்துவிட்டு
அவனது வண்டியருகில் போய் நின்றுகொண்டது
யாரோ தூக்கி அதில் உட்காரவைத்தார்கள்
கையபத்தஞ்செய்துவிட்ட கடவுள்
பறையில் அறைந்துகொண்டான்.

●

ஜான் சுந்தர்

ஏதிலிகளின் ஆண்டவரே

உமது ஜெபக்கூடத்து
வாசலண்டை
பலூன்காரனின் சிலுவை மரத்தை
துளிர்க்கப் பண்ணினீரே
உமக்கு ஸ்தோத்திரம்.

ஓடும் ரயிலில்
காட்சியிழந்தவன் கைமூங்கிலின்
ஒன்பது கண்களையும் திறந்தீரே
உமக்கு கோடான கோடி நன்றியப்பா.

தேவஅக்கினி அசைவாடும்
தாரோடையில்
தேயாத துடுப்புகளாக
செருப்புகளை
மாற்றித் தந்தீரே ஆண்டவரே.

பரியாசக்காரர்கள்
கண்ணுறாதபடிக்கு
வாலிபப்பிள்ளையின்
காலுறைப் பொத்தல்களை
காத்துக்கொள்ளும் கர்த்தாவே.

குணமளிக்கும் கூட்டத்தின்
கைகளுக்குச் சிக்கவிடாமல்
ஆண்டவரே
உமது தேவ ஜனங்களை
தப்புவியும் ராஜா.

கடுங்காப்பி

துக்க விசாரணைக்கு
இடையில்
காப்பி வந்தது.

வழக்கமாக காப்பியை
மறுக்கும் யாரும்
அப்படிச் செய்யவில்லை.

காப்பியை குறித்து
பேசும் எவரும்
அதுபற்றிப் பேசவில்லை.

காப்பியும்
வழக்கம் போலிருக்கவில்லை.

நாசியைச் சீண்டும்
மணமின்றி ஒளிகுன்றி
சிறுகுமிழிகள் விம்மி வெடிக்க
முகம் கறுத்து
இரண்டு கைகளுக்கும்
இடையிலொரு
கசந்த பிரார்த்தனையைப் போலிருந்தது.

குரல்வளையை இறுக்கிப் பிடிக்கும்
இந்தத் திரவ துக்கம்
முன்னறையிலிருந்து ஓடோடி
படுக்கையில் விழுந்து
அழும் சிறுமியுமாயிருக்கிறது.

●

வரைபடக்கலைஞர் வயது 36

வழக்கமாக எட்டரைக்கு
அலுவலகத்திற்குப் புறப்படும்
வரைபடக்கலைஞர்
அன்றைக்கு ஆறுமணிக்கே
கிளம்பிவிட்டாராம்.

'அவனுக்கு
அப்படியென்ன அவதி'
புலம்பினார் திண்ணைப் பெரியவர்.
'இஞ்சினியர் வந்துருவாரு
நேரமா போணும்பானே'
முன்னறையிலிருந்து
கூப்பாடு போடுகிறாள் அம்மா.

பொறியாளர் வந்து
வாசலில் காத்திருந்தார்.
சவரம் செய்துகொள்ளத் தயாரானார்
வரைபடக்கலைஞர்.

'காயம் பட்ற போதுப்பா'
தகப்பனாரின் வேண்டுதலுக்கு
செவிசாய்த்த சவரக்கடவுள்
குழந்தைக்குச் செய்வது போல்
கருணை பொங்கச் செய்தார்.

சற்றைக்கெல்லாம் பொறியாளர்
'போலாம்பா' என்று குரல் கொடுத்ததும்
காய்ச்சிக்கொண்டிருந்த
தப்புக்காரர் எழுந்து
வாசிக்கத் துவங்கினார்.

●

கறுத்தகானா

செத்தவொரு
காக்கையினுடலை
சீந்தவொரு
நாதியில்லை.

அனாதைக் காகவுடல்
என்பது
அபூர்வமல்லவா
சனீஸ்வரா.

குப்புறக்கிடக்கும்
இருளின் துளியை
எடுத்துப் புதைக்க
ஈரமின்றி
அப்பன் செத்தநாளின்
நினைவில்
பக்ஷிகளின்பால்
சினேகங்கொண்டு
கூரையுச்சியில்
பச்சைக்கள்ளத்தை
றெக்கையாய் விரித்து
பறவைமொழி பேசுவேன்.

ஒப்பாரியை
கற்றுக்கொடுத்த
காகங்களுக்கு
என்னவானது

கரையுமொரு இருதயத்தை
கிழித்துக்கொண்டு
ஒலிக்கிறது மரணகானா

●

கண்ணீர் தெறிக்கச் சிரிக்கும் ஸ்மைலிகள்

ஸ்மைலிகள்
சாவு வீட்டிலும் சிரித்துத் தொலைத்துவிடுகின்றன.
என்றாலும்
அவை கந்தலை மறைத்துக் கட்டுவதில் வல்லவை.

பெண்ணைத் தாரை வார்க்கும்போது
நடுங்கிய கரங்களின் உடல்
வாத்தியக்காரனுக்கு ருத்ரமுத்திரை காட்டி
கைக்குட்டையை விசிறி விசிறித் துள்ள
இங்கொரு ஸ்மைலியின் கண்ணீர்ப்பை
பொட்டித் தெறிக்கிறது.

வாளேந்திக் களமாடும் வீர ஸ்மைலியோ
வயலின் படையணியை தன்னைச் சுற்றி வளைக்கவிட்டு
அவற்றின் முன் மண்டியிட்டு
முதுகைக் குலுக்குகிறது.

உச்சப்பகடியின் உள்வலியை
யாரேனும் மோப்பக் குழைகின்றன சில.

தாயைத் தொலைத்த நாய்க்குட்டிகளுக்கு
மைதாநிலவைப் பிட்டு ஊட்டிக்கொண்டிருந்த
ஒருத்திக்கு
சடுதியில் ஐந்தாறு மார்புகள் முளைக்கக் கண்ட
ஸ்மைலியின் துளிகளில் நனைகிறது நெடுஞ்சாலை.

●

சாதாபாரதியின் சகி

1

சிலிண்டர்காரனுக்குக் கொடுக்க
உருவா இல்லாமல்
செல்லம்மா அல்லாடிக்கொண்டிருக்க
புலவர். பெருஞ்சபையில்
அயலகத் திரைப்படங்கள் குறித்த
விவாதத்திலிருந்தான் சாதாபாரதி.

2

அவள் மளிகைக் கடையிலிருந்து
அழைத்தபோது மாலிலும்
ரேஷன் புழுக்கத்தில் நெளிந்தபோது
ஏ சி பாரிலுமிருந்து
பண்டிதருடன் சொற்சமரஞ் செய்துவந்தான்.

3

மன்னர் ரெட்டபூபதியைப் பொறுத்தமட்டில்
கொள்கைகளில் தனிச்சீருண்டு
சினேகிதரேயானாலும்
தானியமாய்த் தருவதில்லை
திரவமெனில் தாராளம்.

4

வெறுங்கண்ணன்
குவளைக்கண்ணன் ஆனது
அந்தப் பருவத்தில்தான்.

5

தோசை மாவு
வாங்கி வருவதாய்ச் சொல்லி
வீதிக்கு வருஞ் சுப்பையா
தீர்த்தக்கரையோரத்தில்
சுண்டல் பொட்டலத்தை அவிழ்த்து
அணில் வரக் காத்திருப்பான்.

6

கண்ணம்மாளின்
மாரை வெறித்து
செல்லம்மாளுக்கு
காமரஸங்குறைவென்பதுமுண்டு.

7

'வாடகைப் பாக்கி வசூல்' காண்டத்தினின்று
வெளியேறிவிட தேவி தவித்திருக்க
கள்வெறியேறி தென்னங்காணியுள் கிடந்தான் கவி.

8

வால்விட்ட தலைப்பாகையினை
அவன் சூடிப் பார்த்த முகூர்த்தத்தில்
கூறைப்புடவையைக் கீறி
தூமைத்துணியாக்கிக் கொண்டாள் சகி.

●

சாஸ்திரக்காரி

வாஸ்து
விகிதப்படி
கண்ணாடி
அணிந்திருக்கிறாள்.
தொட்டிக்கு
ஒரு மீன்!

●

சிகரெட் என்பது

சிகரெட் என்பது
கைக்குட்டை
போர்த்திக்கொள்ளப் பார்க்கிறேன்.

சிகரெட் என்பது
சாயுந்தோள்
கண்ணீர் திரள்கையில் தேடுகிறேன்.

சிகரெட் என்பது
சினேகிதச்சங்கிலி
பாதியில் அறுத்து வீசுகிறேன்.

சிகரெட் என்பது
இடைவேளை
பெருமூச்சை வெளிவிடப் போகிறேன்.

சிகரெட் என்பது
நித்தியத்துள்
மெல்லப்படியிறக்கும் சம்மனசு.

சிகரெட் என்பது
முத்தம் அல்ல
தேநீர்.

சிகரெட் என்பது
நீளிரவின்
நிழல் மரம்.

சிகரெட் என்பது
தோழமை
பதட்ட நெஞ்சை
நீவுந்தோழி.

சிகரெட் என்பது
தாய்மடி
ஆதுரங்கசியும்
மார்க்காம்பு.

●

சிறகுகளைக் கத்தரித்தல்

பறவைகளை
சிறைப்பிடிப்பது
வளர்த்தலாகுமா
என்பதென்
ஞானக்கேள்வி

வல்லூறுகள் பற்றிய
கவலையில்லை
மேலும்
சிறுதானியச்சேர்க்கைக்கான
ப்ரயத்தனமுமின்றி
வாழ்வதிலென்ன சிரமம்
என்றவனை

வானக்கூரைக்கு
என்ன செய்வாயென்றதும்
படபடத்தான்

ஆளரவமில்லாப் பின்னிரவில்
மலைகளைத்தாண்டி
நகரத்தின் இடுக்கிலிருந்த
மண்மரப்பொந்தையடுத்துக் கூவினேன்
மறுபடிகூவி
கதவு திறந்தது என் பஞ்சவர்ணம்
கீச்சொலியெழுப்பின குஞ்சுகள்.

•

செல்லப் பூனைக்குட்டி

நாய்களை
கொண்டாடுகிறேன் என்பதால்
கோபங்கொள்கிறாய்

நீ
ஒருபோதும் விசுவாசமாய்
இருப்பதில்லை பூனைக்குட்டி.

எல்லா மடிகளின் சூடும்
உனக்கு வேண்டியிருக்கிறது.

தினமொரு மீன்
கொடுத்து வந்த சைக்கிள்
ஆகப்பெருஞ்சக்கரத்தினடியில்
நசுங்கிக் கிடக்கையில்

லாரிக்காரனின்
காலையுரசிக்கொண்டிருக்கிறாய்
என் செல்லப்பூனைக்குட்டி

●

செபியா

செத்த நொடியை
சாகா நிலைக்கு மாற்றும்
காலாதீதம் செபியா டோான்
என்றான் புகைப்படக்காரன்.

அலாதியாக அவன் துவங்க
தேனீரும் அந்தியும் கூட
உன்னித்திருந்தன.

செம்பரிதிக் கூந்தல் புரள
இழுத்துச் செல்கிறது
செபியக் குதிரை.

பழுப்பு மலைகளில்
பழுப்பு மண்ணில்
பட்டுப் புற்களில்
உருண்டோம்.

கறுப்பு வெள்ளையின்
பழங்காலத்திலிருந்து
பழுத்த காலத்துக்கு
எங்களைக் கடத்தியிருந்தது.

மரத்தை,
புழுவை,
வெளியை,
பழமைக்குச் சுமந்து செல்கிறது செபியா.
கணத்தைப் புழுதியில் புரட்டி
தின்னத் தருகிறது.

கழுத்து வெட்டி
நினைவு தப்பி
நகரத்துள் வந்துவிட்ட பிறகும்
செபியா டோனுக்கு அலையுமென் மனம்.

ஆத்மநேசனோடு
புகையருந்திக் கிடந்தபோது
செபிய பானம் குவளையில் பயணிக்க
தொடர்ந்தேன்
ஷட்டர் சார்த்திய கடையின் முன்னமர்ந்து
அதைப் பருகுவது அவன்தான்.

உடையும்
முடியும்
உணர்வும்
விழியும்
ஒரே நிறம்
செம்புழுதி செபியன்!

நகரத்தில்
ஆங்காங்கே செபியர்கள் திரிகிறார்கள்.

பேருந்து நிலையத் தூண்களில்
தொட்டிக்குப்பையில்
பாதசாரிப் பாதைகளில்
புகையிரத இருக்கையினடியில்
நிலத்தில்
பிராணிமுகங்களில்
அந்தர வெளியில்
தொடுவானில்
அவர்கள் தேடுவதென்ன
செபியா... செபியா...

●

செவ்வகம்

செவ்வகத்திலிருந்து
வருவதால்
நானுமோர்
செவ்வகனாகிறேன்.

கட்டில்
மரத்தூளியெனவான
செவ்வகங்களில் ஜனித்து

செவ்வகக் கதவுமுள்ள
செவ்வக வீட்டின்
செவ்வகத் திண்ணையிலிருந்து
செவ்வகப் பையில்
செவ்வகச் சிலேட்டு
செவ்வகப் புத்தகஞ் சுமந்து
செவ்வகப் பள்ளியின்
செவ்வக மைதானத்தில் துள்ளி

செவ்வகக் கோப்புகள் கொண்ட
செவ்வக அலமாரிகள் சூழ்ந்த
செவ்வகக் கணினி வைத்த
செவ்வக மேசையை அடைந்து

செவ்வகக் கைப்பேசியில்
செவ்வக ஆணைகளிடுவேன்.

செவ்வகக் கட்டடங்களின்
செவ்வகச் சன்னல்களில்
செவ்வகச்சூரியன் மறைந்து
செவ்வகச் சாலைகளில்
செவ்வக விளக்குகள் ஒளிர

செவ்வகத் தலைப்பாகை சிப்பந்தி
செவ்வகத் தட்டில்
செவ்வக லேபிள் ஒட்டிய
செவ்வகப் போத்தலைக் கொணர்வான்.

செவ்வகத்
தொலைக்காட்சியில்
செவ்வகச் செய்திகளை
செவ்வகச் சிப்பங்களுடன்
அருந்திக்கொறித்து ஆனதும்

செவ்வகச் சிட்டைக்கு
சிப்பந்திச் சட்டையின்
செவ்வகப் பையில்
சிச்சிறு செவ்வகங்களைத் திணிக்க
செவ்வகமாகும் அவன் சிரிப்பு.

செவ்வகக் கொடிகள் படபடக்க
செவ்வகவூர்திகள் பரபரக்கும்
செவ்வக நகரமோ

முக்கோணமும்
வட்டங்களுமான
ஸ்த்ரீக்களை
செவ்வகத்தாலடித்து
செவ்வகத்திலடைத்து
செவ்வகத்தில் சரிப்பதை
செவ்வனே செய்கிறது

வட்டரே
கட்டஞ்சதுரரே
நீவிர்
செவ்வக அட்டையுரசி
செவ்வகப் பணமெடுத்து
செவ்வகங்களில்
கொடூரங்களை
கொட்டிச்சேர்த்த பின்பு

ரவிக்கைச் சுகந்தம்

செவ்வகப்படங்கள் முன்
பாவனையாய்
செவ்வக முதுகு வளைத்து
சேவித்தும் ஆவதென்ன?

சர்வ நிச்சயந்தானே சகலருக்கும்
அகலநீளமானதொரு
ஆறடிச் செவ்வகம்

●

தூத்தல்

ஆனைமுதுகிருந்து
தன்படையைத் தூற்றும்
தலைவனென
அந்த லாரி ஓட்டுநர்
திரும்பாமலே
எச்சிலை உமிழ்ந்தார்.

உச்சாணியிலிருந்து
அதுவொரு தூறலாக
எங்கள் மேல் விழுந்தது.

நாங்கள்
அவரை வாழ்த்தினோம்.

விட்டொதுங்குகிற
நகரத்தை
விடாது தடுக்கிற
சமிக்ஞைத் தண்டுகளை
டயரில் விழுகிற
பொடிவண்டிகளை
மழுங்கி விட்ட
சனங்களை
தொப்பிக்குள் பதுக்குகிற
காவலரை
எதைக் குறித்தோ
அவர் சினந்திருக்கிறார்.

●

சேலம் சிவா லாட்ஜ் போதையில் உளறுகிறது

ஆண்பிள்ளைகள்
அழக்கூடாதென்பவன் எவனோ
அவன்
சாரங்கி வில்லுக்கு முன் நின்று
தன் மார்பை விரிக்கட்டும்.

நீங்கள் வழக்கம் போலவே
உயர்சுர கமகங்களுக்கு
ஜீவனை ஒப்புக்கொடுங்கள் பாபு.

உப்புக்கடலை
ரப்பைகளுக்குள்
ஒளித்துவைப்போம் பாபு.

பொத்தல்விழும் கனவுகளில்
அடவுகளைக் குழைத்துப்பூசி
தூக்கத்தை
துண்டுதுண்டாய் நறுக்கி
புட்டிகளிலிட்டு வைப்போம்.

வெகுசீக்கிரம்
நாமிந்த பெருமூச்சிலிருந்து
வெளியேற வேண்டும்.

'சேர்ந்தே இருப்பது
வறுமையும் புலமையும்'
என்பது ஒன்றும்
வேதவசனம் அல்லவே பாபு.

ஜான் சுந்தர்

தேவி நமக்கருளிய
இரண்டு கோப்பைகளையும்
ஒரே 'கல்ப்'பில் அடித்துவிட
நம்மாலாகாதா.

விகடகவிகளில்லையா நாம்.

பொறுத்திருங்கள் பாபு
சலங்கைப் பட்டையினைக் கட்டி
நாம் நிமிர்ந்ததும்
புழுதியெழ நடமிடுவாள் செங்காளி.

ரெண்டே நிமிடம் பொறுத்திருங்கள்
தீக்காய்கிறது என் பறை.

●

திக்கிப் பேசுகிறவன்

வெல்டிங்
பணிமனையின்
வெளிச்சப் பொறி அவன் பேச்சு.

வார்த்தைகளைப் பெற்றுப்புறந்தள்ள
கர்ப்பவலி தின்னும்
நெஞ்சிலிருந்து
மேடேறும் குதிரைகள்
மணலில் புதைந்து திமிறுகின்றன.

கோபங்கொள்ளுகையில்
அவனது நாவுக்கு
தாளம் தப்பிவிடுகிறது.

வாயிலிருந்து புறப்படும்
அக்கினி அம்புகள்
பகைஞரின் காலடியில்
மல்லிப்பந்துகளாய் விழ

மூர்க்கர்களும்
மரணாயுதங்களை தரையிலெறிந்துவிட்டு
சிறியோனை முத்தஞ்செய்வார்கள்.
மனதுருகும் வேளைகளில்
நீள்குழல்விளக்குகள்
உயிருக்குத் துடிப்பதைப்போலவே
அவன் இன்னும் அதிகமாக திக்குவான்.

பொறியில் சிக்கித்துடிக்கும் பன்றியென
அந்த உதடுகள் துடித்திருக்க
துருப்பேறிய ஆணியை
விழுங்குவதைப்போல
நாம் நமது எச்சிலை
விழுங்க வேண்டும்.

நேற்றைக்கு அவன் என்னிடம்
தனது அன்பைச் சொன்னான்.

மற்றவர்களுடையதைக் காட்டிலும்
கூடுதல் எடையோடிருந்த
அவனுடைய அன்பில்
எழுத்துருக்கள் திரளாயிருந்தன.
'ல லவ்யூ ந நண்பா!'

●

திறந்தே கிடக்கிற வீடு

அந்தக்கா அந்தர்தத்துல செய்லீங்...

அழுகைக்கும்
விம்மலுக்கும் இடையிலிருந்து
அவள் மேலும் சொன்னதாவது,

கொத்சாவி அலெக்சண்ண
வேக்யானமானவருங்...
டேப்ரிக்காட வெளியவு
கேசட்ட பீர்வாக்குள்றயு வெச்ருப்பாருங்...

டீவி வெளிய
ரிமோட்டு உள்ற

பி ரி ஜ்ஜு பூட்டிதா இருக்ங்...

வாசக்கதவுக்கு
ஜங்கிலியோட ஒரு பூட்டுங்...

நெலவாசப்படிக்கி
இரும் பட்டா போட்ட பூட்டுங்...

தெனத்தந்தி வந்தாலுமு
தந்தியே வந்தாலுமு

உள் வாசல பூட்னப்பறந்தா
வெளிய வருவாருங்...
பூட்ட இளுத்திளுத்து பாப்பாருங்...

பூட்ன வூட்டுள்றதான்
பிலிமிக்கா இருக்ங்...

பக்கத்தாடி
பில்டிங் வேல நடக்குதுங்...

ஆளுக
அதையு இதையு பேசற சத்தமு
மேஸ்திரி
சத்தம் போட்ரதுமு நல்லா கேக்குங்.

ஒருநா
ரெண்டு பேரு வெளிய போறப்ப

பூட்ன கையோட
சாவிய அந்தக்காகட்ட குடுத்ட்டு

பொடக்காலிலிக்குற சந்துகுள்ற
செருப்பத் தொட்ட்டு வரப்போகைல

அந்தண்ணனோட புடுபைக்கு வண்டிக்கட்ட
நின்ட்டுருஞ்சுங் அந்தக்கா

அவுரு திரும்பவன்ட்டு...
பூட்ட இளுத்துப் பாக்கைல

சாவியத்தா தேட்ராராக்குன்ட்டு
இங்கதா இருக்குன்சொல்றக்கோசரம்
இடுப்பத் தட்டிக் காட்டுச்சுங்...

அதப்டி காட்டவு
அட இங்கியு ஒன்ன மாட்ரா திருவாத்தானு
பக்கத்தூட்டு மேஸ்திரி கத்தவுஞ்செரியா இருந்துச்சுங்...
அலெக்சண்ண ஆளு அப்டியே

ப்ரம்மை புடிச்சாப்ல ஒக்காந்தவருதா
அன்னைலந்து ஆருட்டவும் பேசறதில்லீங்...
எதையிம் பூட்ரதில்லீங்...

●

நீலம்பூர் புறவழிச்சாலையின் வினா

எல்லா
சிவப்பையும்
கொட்டி
கவிழ்ந்து
கிடப்பவனின்
சட்டைப்பையிலிருந்து
உருளும்
வண்ண மெழுகுகளை
என்ன செய்வது?

●

நோஞ்சான்களைக் காணச்சகிப்பதில்லை

நா வறள
கை நீட்டியதொரு மரம்.
நோஞ்சானைச் சீந்தாது
சன்னலுக்கருகிருந்த
தண்ணீர் போத்தலை
பைக்குள் வைத்தேன்.
பேருந்து இறங்கஇறங்க
எலும்பு துறுத்திய கையை
உயர்த்திக்காட்டுகிறது சனியன்.
சட்டை செய்யாதிருந்தேன்.
அடிவாரம் சேர்ந்ததும்
ஓரக்கண்ணால்
மேலே பார்த்தால்
விரிசல் விட்டிருக்கிறது வானம்.

●

பட்டினத்தார் காலத்தில் லெகின்ஸ் பயன்பாட்டில் இல்லை

முன்னோடும் வண்டியின்
பின்னிருக்கைத் திரட்சிக்கு
கால்களுக்கிடையிருந்து
முன்னோக்கிப் பாயும்
நமது ஸ்ப்ளெண்டர்
நமது ஸ்ப்ளெண்டராயில்லை
பட்டினத்தாரே
மதன்மித்ரா பீமபுஷ்டி
பல்ஸராகிப் பாய்கிறதே
பட்டினத்தாரே

●

சைக்கிள் காணாமல் போன பின்
கவனமாய் பூட்டுகிறேன்.
அம்மா படத்துக்கு
பூ வைப்பதும் அப்படித்தான்.

●

இன்னொரு துளியைப் பார்த்து
விம்மித் தளும்புகிறது
விழிக்குப் பிறந்த துளி.
வெடுக்கென ரெண்டும் தழுவிக்கொள்ள
அழுகையின் தேவதை கையை உயர்த்தினாள்
ஹல்லேலூயா!
துளிப் பாதரசம் மினுங்குகிறது.

●

பொன்னிறத்தில் வறுபடும் கிழமை

கோழிகளை
அம்மணமாக்கி
தன்னை அலங்கரித்துக் கொள்கிறது
பக்கத்து வீட்டின் ஞாயிறு.

வேறொரு காட்சியில்
வெட்கத்தில் நாக்கைக் கடித்துக்கொண்டு
செம்மறி மேலே பார்க்க
அதன் கம்பளிக் கோட்டு அவிழ்ந்து கீழே கிடக்கிறது.

எனது கிழமையின் எளிய உடலில்
மீனை வரைய ஆயத்தமானபோது
மாதக் கடைசி என்றதென் சட்டைப்பை.

ஐம்பது ரூபாய்த்தாளுக்குள்
அரைக்கிலோ மீன்களையாகிலும்
வரைந்துவிட முடியாதா.

வீட்டுக்குப் போனதும் மனைவியிடம்
பழைய ஹார்லிக்ஸ் பாட்டிலொன்றை
கழுவித்தரக் கேட்டேன்.
வாழும்நாள் வரையில்
என் வீட்டின் அலங்காரமாயிருக்குமிந்த ஜோடி மீன்கள்.

●

கவிராயர்

போதுமான அளவு
கண்ணீரைச் சொரிந்தார்.
துயரஞ்சொட்டுவதை
சுற்றிவந்து பார்வையிட்டார்.

துறுத்திய சொற்களை
காம்போடு கிள்ளியெறிந்து
சேகரித்த சடலங்களை
வேரடிப் பள்ளங்களில்
இட்டு நிரப்பினார்.

தோழர்கள் உச்சுக் கொட்டும்
கதைக்கெல்லாம்
சப்புக் கொட்டினாரில்லை
கலைமனக்காரர்.

தேனீர்க்கடையருகே
தவழ்ந்து போனவனை
உறிஞ்சியபடியே கவனித்து
அன்றிரவே
மேசையில் வைத்துக் கொன்றார்.

வெறுங்கழுத்துக்காரியின்
ரவிக்கைப் பிதுக்கலில்
நல்லதோர் கிழிசலைப் பொருத்தி
சிற்றிதழுக்கு அனுப்பிவைத்தார்.

கவி குடிகொண்ட
'சரஸ்வதி விலாஸ'த்தை
கோலூன்றிக் கடந்ததோர் உடல்.
நிமிர்ந்த அதன் நன்நடையில்
'கலைக்குறை'வைக் கண்டார் கவி.
எனவே,
அறம் மிகுந்த அவரது
புதிய தொகுப்பில்
இடம்பெறவில்லை அவ்வுடல்.

நாளுக்கொருமுறையாகிலும்
கலையுதிக்குந் தருணத்தைக் காணாது
சோறு தண்ணியிறங்காது அமரகவிக்கு.
நேற்றெல்லாம்
'படாதபாடு'பட்டார் பாவம்.

சாலையின் நிறத்தைக் கிழட்டுச் சதைக்கூழ் கொண்டு
மாற்றிய பின்புதான்
ஓரளவு திருப்தியாகி
சாப்பிடவே உட்கார்ந்தார்
கருணாமூர்த்தி.

●

அவளும் நானும் அலைபேசியும்

பைத்தியக்காரனும்
பைத்தியக்காரியும்
இன்பமாய் குலவுவதை
வெறித்துப் பார்க்கின்றன பைத்தியங்கள்.

தொடர்ச்சியாக
பூக்கள் மலர்கின்றன
அலைபேசியில்.
சட்டைப்பை மணக்கிறது
குறுஞ்செய்தியின் இருப்பால்.

உள்பெட்டியில்
நிரம்பி வழிகிறதுன் கவிதைகள்.

காதற்கடவுளை
பேட்டிகண்ட இறுமாப்பில்
வாழ்ந்துவருகிறேன்.

கொடிய நிமிடத்தின்
கடைசித் துளியில்
இசைத்துணுக்குடன்
வந்தமரும் நீயனுப்பிய குருவி.

இல்லாத உறை பிரிக்க
கட்டைவிரல் கபடியாடும்.

மோகப்பொடி தூவிய வார்த்தைகள்
சொல்லித் தூண்டிவிடு.
பற்றி எரியக் காத்திருக்கிறது உயிர்.

நம் அலைபேசிகளும் ஒன்றையொன்று
காதலிக்கத் துவங்கிவிட்டன.
மொய்த்துக்கொண்டே இருக்கின்றன
குறுஞ்செய்திகள்.

●

ராமவாணம் ஒளிருங்கணம்

சிவப்பு விளக்கொளியில்
குதிரைகள் உறும
நின்று நடுங்கும் தேர்களின்
பின்னெழும்பும் புகை நடுவே
திடுமெனக் காட்சியளிக்கும்
ஸ்ரீ ராமச்சந்திரமூர்த்தி
முனைமுறியாப் பாணங்களை
லாவகமாய் உருவி
சரஞ்சரமாய் தொடுக்கிறார்.
சுவாசம் முட்டிவந்த கோபியருக்கு மாத்திரம்
சைக்கிளில் தொங்கும் அம்பறாத்தூணியிலிருந்து
நறுமணத்தையள்ளி அவர் வழங்க
மன்மதக் கணைகளை முழக்கணக்கில்
பெற்றுக்கொண்டிருந்தவர்களில் ஒருத்தி
'மூர்த்தியண்ணா எனக்கு ஜாதிப்பூ'வென்ற கணத்தில்
சுங்கம் சிக்னலின்
அத்தனை அம்புகளும் ஒளிர்கிறது
ராமர் பச்சையில்.

●

வஞ்சிரத்துண்டு

பச்சை வாசம் நிரவிக்கிடக்கும்
வாசல் உன்னது.
ஊளி மீனைக் கையாளுவதை
பார்த்துக்கொண்டிருந்தபோதுதான்
தொண்டைச்சங்கில்
இறங்கியதுன் தூண்டிமுள்.
மாருக்கிடையில்
பாசிமணி டாலரில்
செவுள் கிழியத்
தொங்குவதும் நானேதான்.
யாரும் பார்த்திராத உதடுகளால்
நீ சொன்னதைத்தான்
மூச்சுக்குத் தவிக்கும்
இந்தக் கெண்டைகளும்
சொல்கின்றன.
ஒருகை நீரள்ளித் தெளித்து விடவா
ரொம்பத் தூண்டுகிறதுன்
வஞ்சிரத்துண்டு.

●

அந்த மரம் பஸ்ஸுக்கு காத்திருக்கிறது

ஊரோடு கோபித்துக்கொண்டு
ஒதுங்கி நிற்கும் அந்த மரம்

தலைமயிரை அள்ளிக்கட்டி
கண்ணீரை அவிழ்த்துவிட்டு
தாய் வீட்டு வழியேகும்
அபலை நகலாய்
பஸ்ஸுக்குக் காத்திருக்கிறது.

உறக்கத்திலிருந்ததை
பொக்லைன் வந்து தட்டியெழுப்பி
நெடுஞ்சாலை விரிவாக்கம்
உறுதியென்ற நாள் முதலாய்
உடல் நடுங்குமது
ஆளண்டாப் பெருவனஞ் சேர்க்கும்
பேருந்து வரப்பார்க்கிறது.

பச்சைப் புண்ணில்
அலகு செருகி ஃப்ளெக்ஸ் பருந்து படபடக்க
வலி பொறுக்கமாட்டாமல்
அடுத்துவரும் வண்டியை மறித்து
கை நீட்டுகிறதம்மரம்.

●

தைரியத் திருவாளன்

காவல்காரத் தாத்தனின்
புகை வளையல்களில்
கை நுழைக்கிறாள்
அரூபப்பேத்தி.
நூற்றுக்கணக்கில்
விதைத்தும்
சொற்ப மணிகளே
அறுவடையாகும்
ஹாலோ பிளாக்
அவென்யூக்களில்
சல்யூட் பண்ணும்
எலியின் சர்க்கஸ்
பழைய சாகஸம்
வீடு கைவிட்டாலும்
அடைக்கலந் தரும்
வாசல்கள்
உண்டே என்கிறது
எழுந்து நிற்கும்
சவப்பெட்டி
ஒருக்களித்த
வாழ்வுக்கும்
ஜால்ரா போட
ஒரு சைக்கிள்
வேலைமுடிந்து
வருகையில்
பூ வாங்கித் திரும்புவது
ஒருகாலம்.
கீரைக் கட்டுகளுடன்
வளைக்குள் சேர்கிறாய்.
அகாலத்தில்
இப்படி கை நீட்டுகிறவனை

சந்தேகமாகப் பார்க்காதே
வாட்சுமேன் தாத்தா
நரை நெஞ்சத் தணலின்
கொஞ்சத்தை
இந்த பீடிக்கு
நெருப்பாக்கு.
ஒன்று சொல்லவா?
உலோக மரங்களின்
ஒற்றைக் காய்களும்
பழுத்து ஒழுகும்
இந்தப் பொழுதின்
ராயன் நீதான்.
சும்மா
கோலைச் சுழற்றி
சுவற்றில் அடி,
எந்த நாய் வருமென்று
நான் பார்க்கிறேன்.

●

திருவருணைக் காப்பு

முன்னங்கால்கள் இல்லாத நாய்க்குட்டி
தன்னிடம் உள்ளதென்றாள்.
‘கருணையம்மா கருணை’ என்றேன்.
பின்னங்காலிரண்டும் நசுங்கிவிட்ட
பூனையொன்றும் என் பிள்ளை என்றதும்தான
‘அருணை அருணை’ என்றந்தக் கைககளை
பிடித்துக்கொண்டேன்
‘தரையுரசும் பூனைமுலைக்கு பளிங்குத்தள வீடு
பார்த்தோம்’
என்று அவள் சொன்னபோது வாயிழந்து கரங்குவித்தேன்.
மாலைக் கண் நோய் கொண்ட இன்னுமொரு
நாய்க்குட்டி
உண்டெனச் சொல்லுகையில் உடைந்திருந்தேன்.
‘கருப்பு வெள்ளைக் காட்சிகளில்
வெள்ளை மட்டும் மங்கிவிடும்
மற்றபடி குறையில்லை’ என்றாளே,
உள்ளத் திருவோட்டில் ஒரு பருக்கைகூட இல்லை,
ஐயன்மீர்,
தங்கள் வசம் உள்ளவற்றில் நல்லதொரு சொல் இடுக,
அன்னையின் முழுக்கிற்கு இன்னும் ஆயிரஞ்சொல்
வேண்டும்.

•

ஸ்விகிப் பையன்

விளக்கைத் தேய்க்க
பூதம் வந்த கதைதான்
ஸ்விகிப் பையனுடையதும்.
பதறப்பதற பொதியை வாங்கி
கனலை அணிந்து பறக்கிறான்.
காற்றுத் தழுவ சாம்பல் பறந்து
ஒளிர்கிறது கங்கு!
'சாப்பிட நேரம் கிடைக்காது'
யாரிடமோ சொல்கிறது
பிணி தீர்க்குஞ் சிறுதெய்வும்.
ஒரு கையை பாக்கெட்டில்
விட்டுக்கொண்டு
குழந்தை கழட்டிப் போட்டதை
வாங்குவது போல்
முகத்தை வைத்துக்கொள்கிறாய்.
முறுவல் என்பது
சாத்தான் குஞ்சுகளுக்கு
விலக்கப்பட்ட கனி
இல்லையா

●

ஆய்வாளர். அம்மா

எப்படித்தான் சொன்னாலும்
பொய்யென்று
கண்டுபிடித்துவிடுவாள் அம்மா.
விளையாடுகின்ற மகன்
திடுமென்று முகம் வெளுத்தால்
தெரிந்துவிடும் அவளுக்கு,
'ஆய் வருதா' என்பாளே.
இவளென்ன போலீஸா
நேற்றந்தப் பேருந்தில்
உன் மடியிருந்த மரக்கன்றை
தயங்கித் தயங்கி கை நீட்டி
தொடப் பார்த்தாள் அச்சிறுமி
ஒரு கணத்தில் மரக்கன்றும்
தளிர்க்கையை நீட்டியதே
நான் பார்த்தேன் நம்பு அம்மா.

●

நூற்றியெட்டை மறித்தல்

நீரோடையில் மிதக்கும்
ஒற்றை மலர் என் வண்டி
மாலுமி பெடலைச் சுழற்றினால்
ஓடை பெருகிக் கடலாகும்
இந்த ஆம்புலன்ஸோ
சாக்கடையின் நடுநெஞ்சில்
ஓலமிட்டு நீந்துகிற வாத்து
அதைப் பார்த்தாலே எனக்கு எரியும்
மாற்றுத் திறனாளியானால் என்ன
அவலங்களுக்கு எதிராக
துரும்பையாகிலும் நகர்த்துவோம் என்கிறாள் தோழி
எனது மூன்று சக்கரத்தையும் நகர்த்தி
அவசரவூர்தியின் குறுக்கே போடுவேன்
அதன் அலறலும்
தொடர்ந்தோடும் வண்டிகளின் பதறலும்
தனியள் என்று என்னைப் பரிகசிப்பது போலில்லையா

●